Impressum
Verlag: BABADADA GmbH, Nedderfeld 112 , 22529 Hamburg
Geschäftsführer / Verlagsleitung: Harald Hof
Druck: Books on Demand GmbH, In de Tarpen 42, 22848 Norderstedt

Imprint
Publisher: BABADADA GmbH, Nedderfeld 112 , 22529 Hamburg, Germany
Managing Director / Publishing direction: Harald Hof
Print: Books on Demand GmbH, In de Tarpen 42, 22848 Norderstedt, Germany

școală

trường học

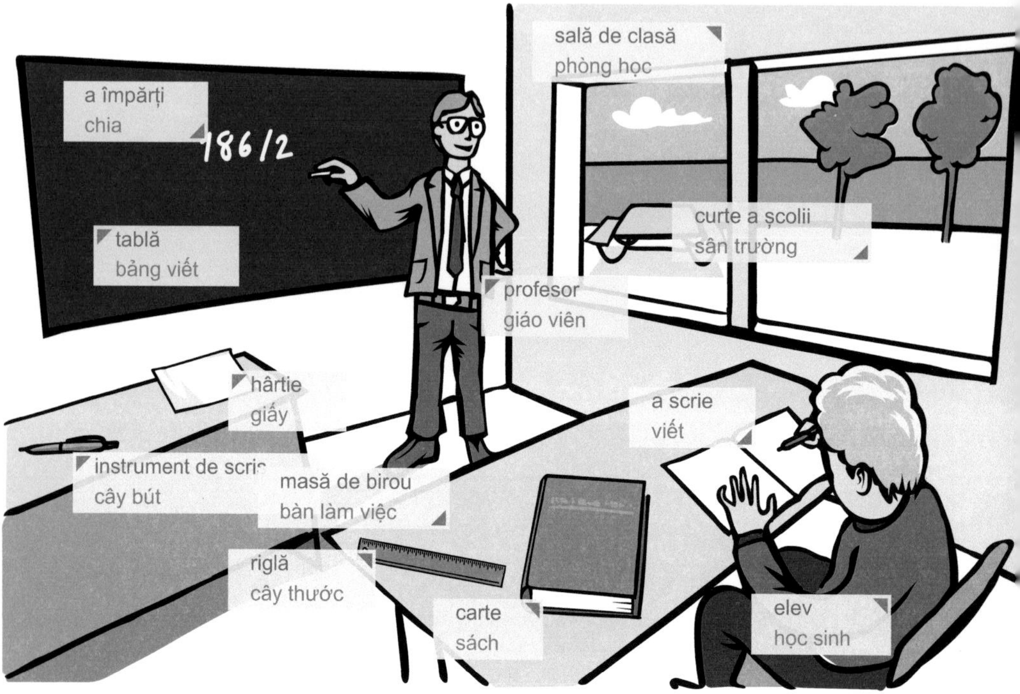

a împărți
chia
186/2
sală de clasă
phòng học
tablă
bảng viết
curte a școlii
sân trường
profesor
giáo viên
hârtie
giấy
a scrie
viết
instrument de scris
cây bút
masă de birou
bàn làm việc
riglă
cây thước
carte
sách
elev
học sinh

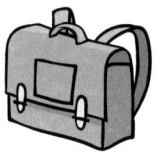

ghiozdan

cặp đeo vai học sinh

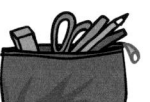

penar

hộp đựng bút

creion

bút chì

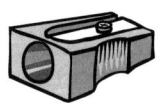

ascuțitoare

cái gọt bút chì

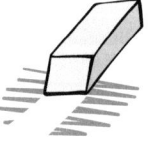

radieră

cục tẩy

bloc de desen

tập giấy vẽ

desen

bản vẽ

pensulă

cọ vẽ

cutie de acuarele

hộp mực vẽ

foarfece

cây kéo

lipici

keo dán

caiet de exerciții

sách bài tập

temă

bài tập ở nhà

număr

số

a aduna

cộng

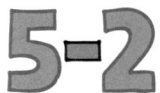

a scădea

trừ

a multiplica

nhân

a calcula

tính toán

literă

chữ cái

alfabet

bảng chữ cái

cuvânt

từ

text

văn bản

a citi

đọc

cretă

phấn viết

oră

bài học

catalog

sổ lớp

examen

thi kiểm tra

certificat

chứng chỉ

uniformă şcolară

đồng phục học sinh

educaţie

giáo dục

enciclopedie

từ điển bách khoa

universitate

đại học

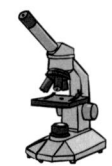

microscop

kính hiển vi

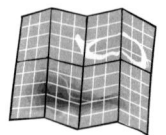

hartă

bản đồ

coş de gunoi

thùng rác giấy

călătorie
du lịch

hotel
khách sạn
Grand
hostel
nhà trọ
ROOMS
EXCHANGE
casă de schimb valutar
quầy đổi tiền
valiză
va li
autovehicul
xe ô tô

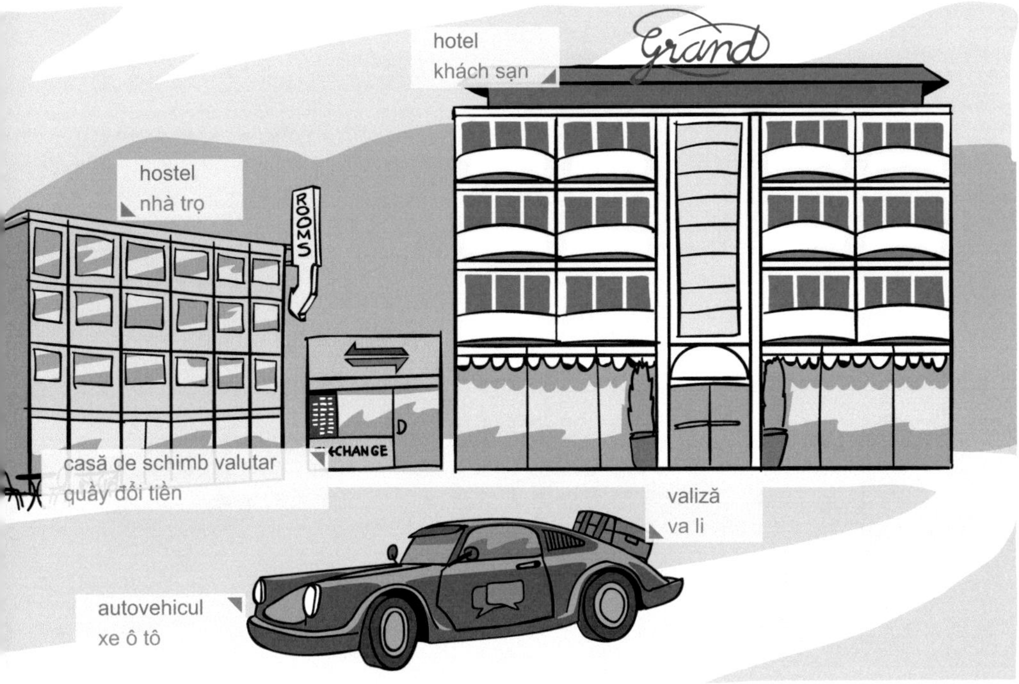

limbă

ngôn ngữ

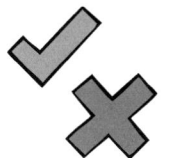

da/nu

có / không

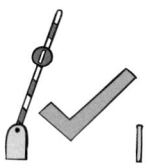

okay

ô kê

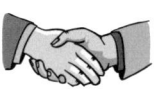

Bună!

Xin chào

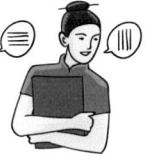

interpret

thông dịch viên

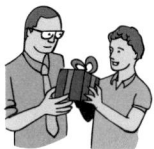

mulțumesc

cám ơn

Cât costă...?

... bao nhiêu tiền?

Nu înțeleg

tôi không hiểu

problemă

vấn đề

Bună seara!

Xin chào! (buổi tối)

Bună dimineața!

xin chào! (buổi sáng)

Noapte bună!

chúc ngủ ngon!

la revedere

tạm biệt

direcție

hướng đi

bagaj

hành lý

geantă

túi xách

rucsac

túi ba lô

oaspete

khách

cameră

phòng

sac de dormit

túi ngủ

cort

lều

unct de informare turistică

thông tin du lịch

plajă

bãi biển

carte de credit

thẻ tín dụng

mic dejun

ăn sáng

masa de prânz

ăn trưa

cină

ăn tối

bilet de călătorie

vé xe

lift

thang máy

timbru poştal

tem bưu điện

graniţă

biên giới

vamă

hải quan

ambasadă

đại sứ quán

viză

thị thực

paşaport

hộ chiếu

transport
vận chuyển

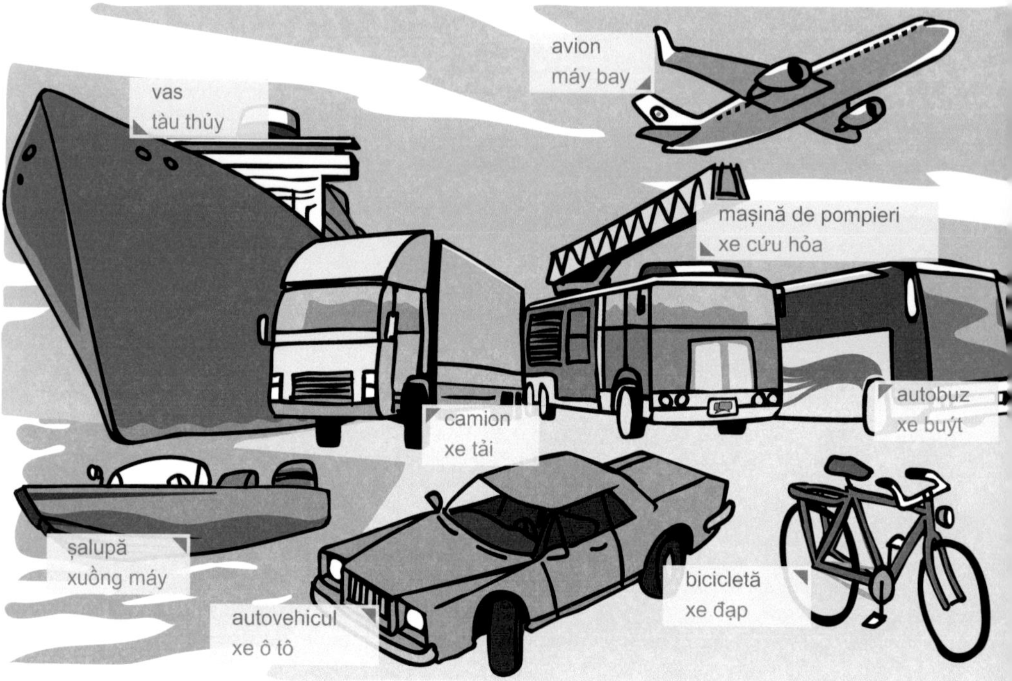

avion
máy bay
vas
tàu thủy
mașină de pompieri
xe cứu hỏa
autobuz
xe buýt
camion
xe tải
șalupă
xuồng máy
bicicletă
xe đạp
autovehicul
xe ô tô

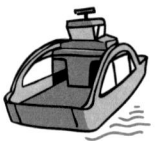

feribot

phà

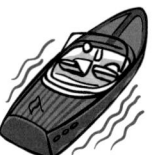

barcă

xuồng

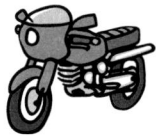

motocicletă

xe máy

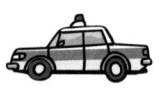

mașină de poliție

xe cảnh sát

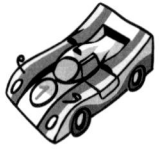

mașină de curse

xe đua

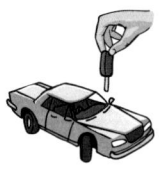

mașină închiriată

xe cho thuê

car sharing

dịch vụ thuê xe tự lái

mașină de tractat

xe kéo cứu hộ

mașină de gunoi

xe rác

motor

động cơ

combustibil

xăng

benzinărie

trạm xăng

semn de circulație

biển báo giao thông

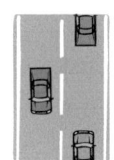

trafic

giao thông

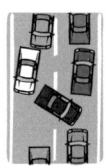

ambuteiaj

ách tắc giao thông

parcare

bãi đậu xe

gară

nhà ga

șine

đường ray

tren

xe lửa

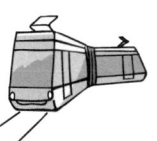

tramvai

tàu điện

vagon

toa xe

elicopter

máy bay trực thăng

aeroport

sân bay

turn

tháp

pasager

hành khách

container

côngtenơ

carton

thùng các-tông

căruţă

xe đẩy

coş

cái giỏ

a decola/a ateriza

cất cánh / hạ cánh

oraş
thành phố

sat

làng

centru

trung tâm thành phố

casă

nhà

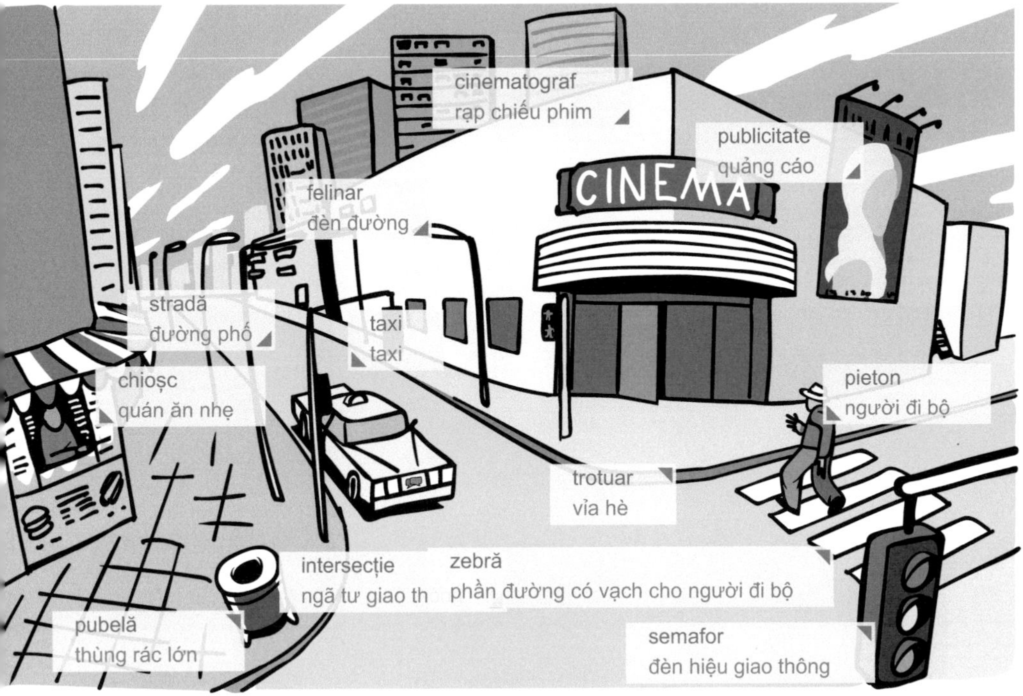

cinematograf
rạp chiếu phim
publicitate
quảng cáo
CINEMA
felinar
đèn đường
stradă
đường phố
taxi
taxi
chioșc
quán ăn nhẹ
pieton
người đi bộ
trotuar
vỉa hè
intersecție
ngã tư giao th
zebră
phần đường có vạch cho người đi bộ
pubelă
thùng rác lớn
semafor
đèn hiệu giao thông

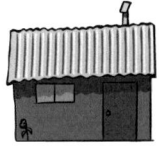

cabană

nhà chòi

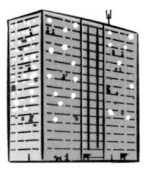

apartament

căn hộ

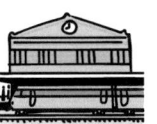

gară

nhà ga

primărie

tòa thị chính

MUSEUM

muzeu

viện bảo tàng

școală

trường học

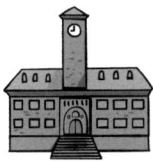

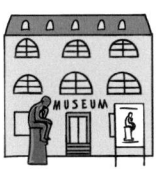

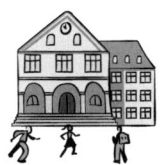

universitate

đại học

bancă

ngân hàng

spital

bệnh viện

hotel

khách sạn

farmacie

hiệu thuốc

birou

văn phòng

librărie

hiệu sách

magazin

cửa hiệu

florărie

cửa hiệu bán hoa

supermarket

siêu thị

piaţă

chợ

magazin universal

cửa hàng bách hóa

comerciant de peşte

người bán cá

centru comercial

trung tâm mua bán

port

bến cảng

parc

công viên

bancă

ghế băng

pod

cầu

trepte

cầu thang

metrou

tàu điện ngầm

tunel

đường hầm

staţie de autobuz

trạm xe buýt

bar

quán bar

restaurant

khách sạn

cutie poştală

hòm thư công cộng

tăbliţă indicatoare cu
numele străzii

bảng hiệu đường

parcometru

đồng hồ đậu xe

grădină zoologică

vườn bách thú

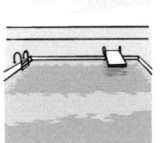

piscină

bể bơi

moschee

nhà thờ Hồi giáo

gospodărie țărănească

nông trại

poluare

ô nhiễm môi trường

cimitir

nghĩa trang

biserică

nhà thờ

loc de joacă

sân chơi

templu

ngôi đền

peisaj
phong cảnh

frunză
lá cây

indicator
bảng chỉ đường

drum
lối đi

pajiște
bãi cỏ

piatră
hòn đá

copac
cây

drumeț
người đi bộ đường dài

râu
sông

iarbă
cỏ

floare
bông hoa

vale

thung lũng

deal

đồi

lac

hồ nước

pădure

rừng

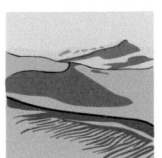

deșert

sa mạc

vulcan

núi lửa

castel

lâu đài

curcubeu

cầu vồng

ciupercă

nấm

palmier

cây cọ

țânțar

con muỗi

muscă

con ruồi

furnică

con kiến

albină

con ong

păianjen

con nhện

gândac

bọ cánh cứng

broască

con ếch

veveriță

con sóc

arici

con nhím

iepure

con thỏ

bufniță

con cú

pasăre

con chim

lebădă

thiên nga

porc mistreț

heo rừng

cerb

con hươu

elan

nai sừng tấm

dig

đê

turbină eoliană

tuabin gió

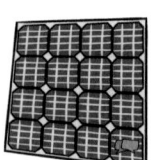

panou solar

tấm năng lượng mặt trời

climă

khí hậu

peisaj - phong cảnh

restaurant
khách sạn

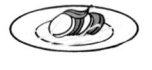

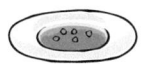

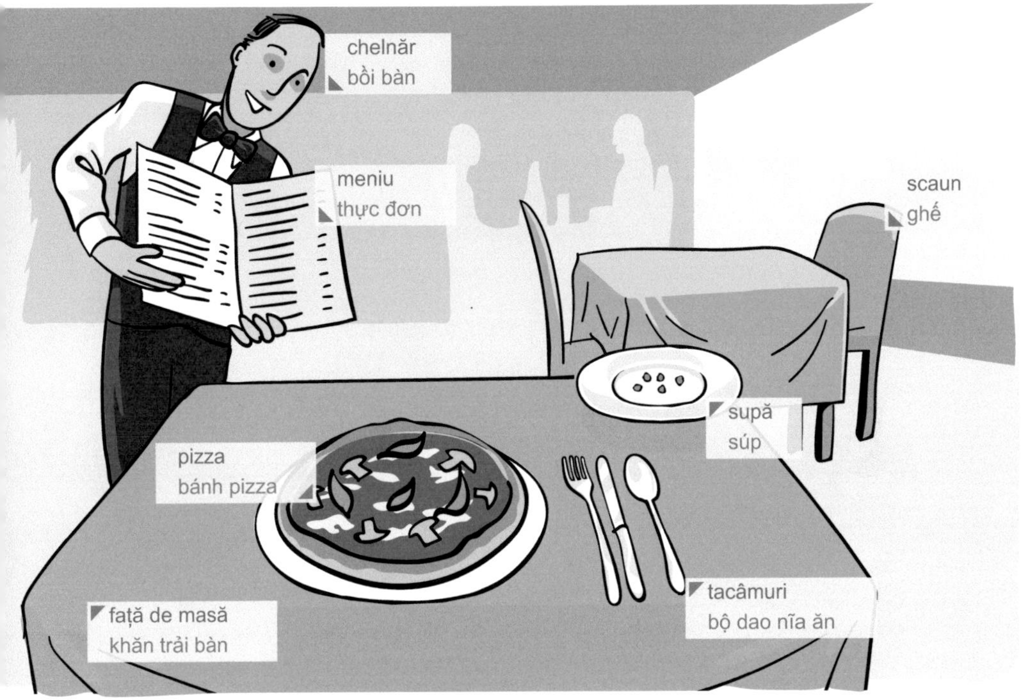

chelnăr
bồi bàn
meniu
thực đơn
scaun
ghế
supă
súp
pizza
bánh pizza
tacâmuri
bộ dao nĩa ăn
față de masă
khăn trải bàn

antreu

món ăn khai vị

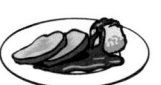

fel principal

món ăn chính

desert

món tráng miệng

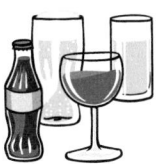

băuturi

thức uống

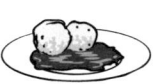

mâncare

thức ăn

sticlă

cái chai

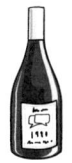

fastfood

thức ăn nhanh

streetfood

thức ăn đường phố

ceainic

ấm trà

zaharniță

hộp đường

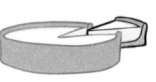

porție

khẩu phần

espressor

máy pha espresso

scaun înalt (pentru copii)

ghế cao

factură

hóa đơn

tavă

khay

cuțit

dao

furculiță

nĩa

lingură

thìa

linguriță

thìa uống trà

șervețel

khăn ăn

pahar

cốc thủy tinh

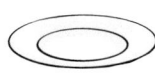

farfurie

đĩa

farfurie de supă

đĩa súp

farfurie

đĩa lót cốc

sos

nước sốt

solniță

lọ muối

râșniță de piper

cái xay tiêu

oțet

giấm

ulei

dầu

condimente

gia vị

ketchup

nước xốt cà chua

muștar

tương hạt cải

maioneză

nước sốt mayonnaise

supermarket

siêu thị

ofertă
chào giá đặc biệt
client
khách hàng
produse lactate
sản phẩm từ sữa
fructe
trái cây
căruciоr de cumpărături
xe đẩy mua sắm
FOR

BUTCHERS

măcelărie

lò mổ

BAKERY

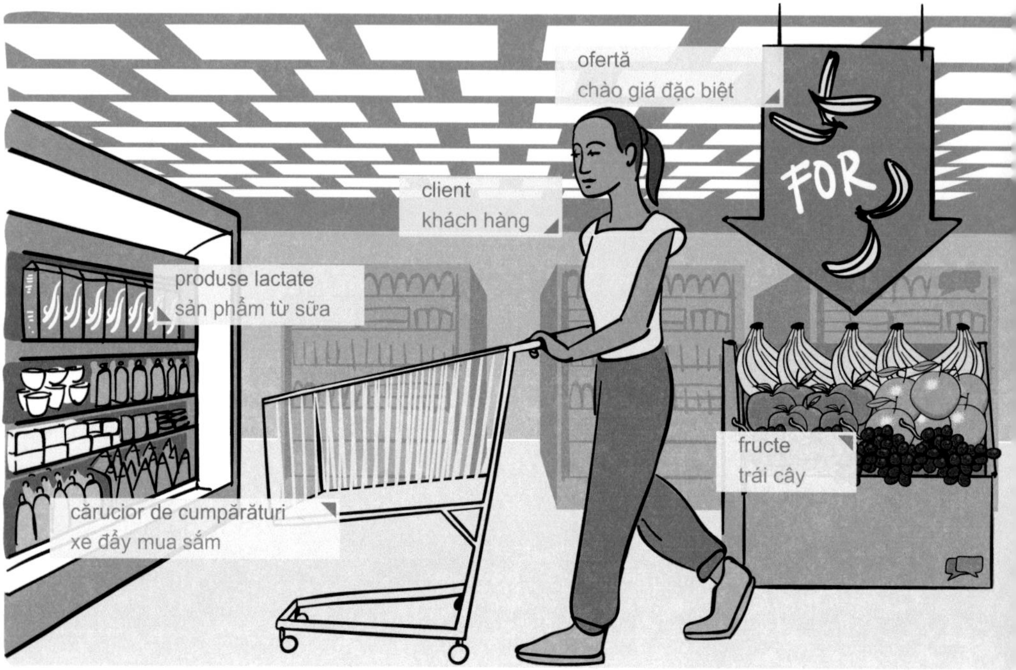

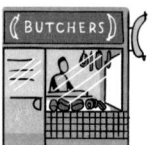

brutărie

cửa hiệu bán bánh mì

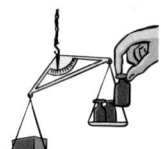

a cântări

cân nặng

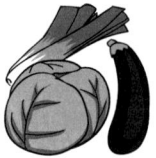

legume

rau quả

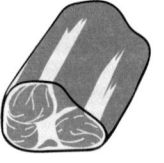

carne

thịt

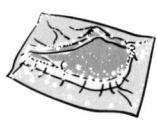

alimente refrigerate

thức ăn đông lạnh

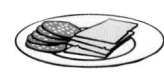

ezeluri și brânzeturi feliate

lát thịt nguội

conserve

đồ hộp

detergent

bột giặt

dulciuri

đồ ngọt

articole de menaj

sản phẩm dùng trong gia đình

produse de curățenie

chất tẩy rửa

vânzătoare

người bán hàng

casă

quầy trả tiền

casier

nhân viên thu ngân

listă de cumpărături

danh sách mua sắm

orar

giờ mở cửa

portmoneu

ví tiền

carte de credit

thẻ tín dụng

geantă

túi đeo

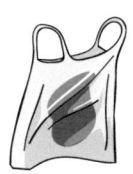

pungă de plastic

túi ny lông

apă

nước

suc

nước quả ép

lapte

sữa

cola

coca-cola

vin

rượu vang

bere

bia

alcool

cồn

cacao

cacao

ceai

trà

cafea

cà phê

espresso

espresso

cappucino

cappuccino

banane

chuối

măr

quả táo

portocală

quả cam

pepene

dưa hấu

lămâie

chanh

morcov

cà rốt

usturoi

tỏi

bambus

tre

ceapă

củ hành

ciupercă

nấm

nuci

hạt dẻ

paste făinoase

mì

spagheti

mì spaghetti

orez

cơm

salată

xà lách

cartofi prăjiți

khoai tây chiên

cartofi țărănești

khoai tây chiên

pizza

bánh pizza

hamburger

bánh hamburger

sandwich

bánh mì sandwich

șnițel

thịt côtlet

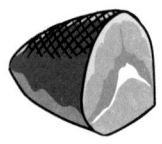

șuncă

thịt giăm bông

salam

xúc xích

cârnați

dồi

pui

gà

friptură

rán

pește

cá

fulgi de ovăz

cháo yến mạch

musli

cháo muesli

cereale

bánh bột ngô nướng

făină

bột mì

corn

bánh sừng bò

chifle

bánh mì

pâine

bánh mì

pâine prăjită

bánh mì nướng

biscuiți

bánh bích quy

unt

bơ

brânză de vaci

sữa đông

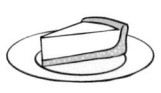

prăjitură

bánh ngọt

ou

trứng

ouă ochiuri

trứng rán

brânză

pho mát

îngheţată

kem

zahăr

đường

miere

mật ong

marmeladă

mứt

cremă nuga

kem nougat

curry

cà ri

casă țărănească
nhà nông trại

balot de paie
kiện rơm

șură
nhà vựa

câmp
cánh đồng

cal
con ngựa

remorcă
xe moóc

tractor
máy kéo

mânz
ngựa con

măgar
con lừa

oaie
con cừu

miel
cừu con

capră
con dê

vacă
con bò

vițel
con bê

porc
con lợn

purcel
lợn con

taur
bò đực

găină
con ngỗng

rață
con vịt

pui
gà con

găină
gà mái

cocoș
gà trống

șobolan
con chuột

pisică
mèo

șoarece
chuột nhắt

bou
bò đực

câine
con chó

cușcă
nhà chuồng chó

furtun de grădină
ống tưới vườn cây

stropitoare
thùng tưới cây

coasă
lưỡi hái

plug
cái cày

seceră

cái liềm

sapă

cái cuốc

furcă

cái chĩa

secure

cái rìu

roabă

xe cút kít

troacă

máng ăn

cană pentru lapte

lọ sữa

sac

bao tải

gard

hàng rào

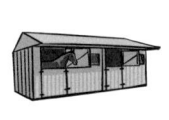

grajd

chuồng

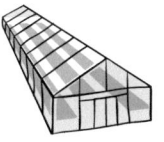

seră

nhà kính trồng cây

sol

đất trồng

sămânță

hạt giống

fertilizator

phân bón

combină de treierat

máy gặt đập liên hợp

a culege

thu hoạch

recoltă

mùa thu hoạch

cartof yam

khoai lang

grâu

lúa mì

soia

đậu nành

cartof

khoai tây

porumb

ngô

rapiță

hạt cải dầu

pom fructifer

cây ăn trái

manioc

sắn

cereale

ngũ cốc

casă
nhà

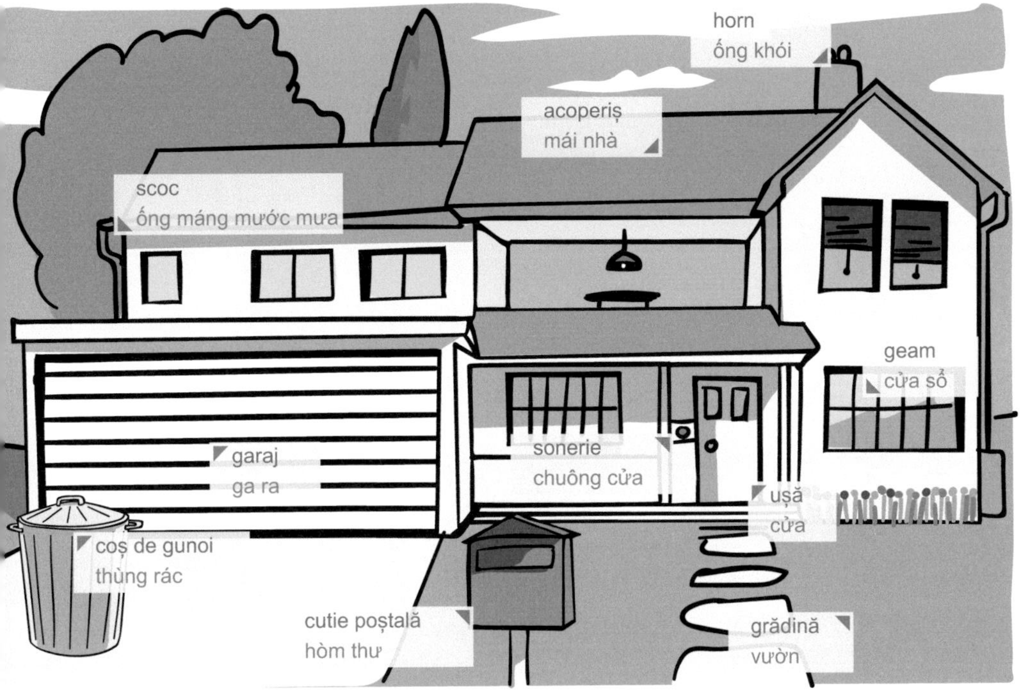
horn
ống khói
acoperiș
mái nhà
scoc
ống máng mước mưa
geam
cửa sổ
sonerie
chuông cửa
garaj
ga ra
ușă
cửa
coș de gunoi
thùng rác
cutie poștală
hòm thư
grădină
vườn

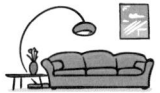

cameră de zi

phòng khách

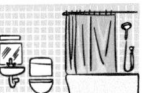

baie

phòng tắm

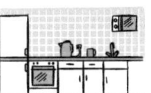

bucătărie

bếp

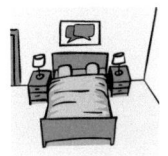

dormitor

phòng ngủ

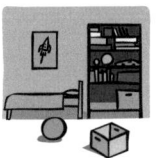

camera copiilor

phòng trẻ em

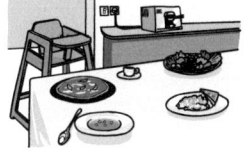

sufragerie

phòng ăn

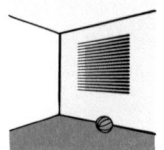

podea

nền nhà

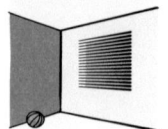

perete

tường

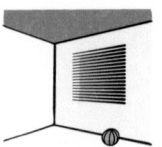

tavan

trần nhà

pivniță

tầng hầm

saună

tắm hơi

balcon

ban công

terasă

sân hiên

piscină

bể bơi

mașină de tuns iarba

máy cắt cỏ

cearșaf

khăn trải giường

cuvertură

khăn trải giường

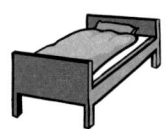

pat

giường

mătură

chổi

găleată

cái xô

întrerupător

công tắc điện

camera de zi
phòng khách

tapet
giấy dán tường
pictură
hình ảnh
lampă
đèn
raft
cái kệ
dulap
tủ
televizor
ti vi
șemineu
lò sưởi
floare
bông hoa
pernă
gối
sofa
ghế sofa
vază
bình hoa
telecomandă
điều khiển từ xa

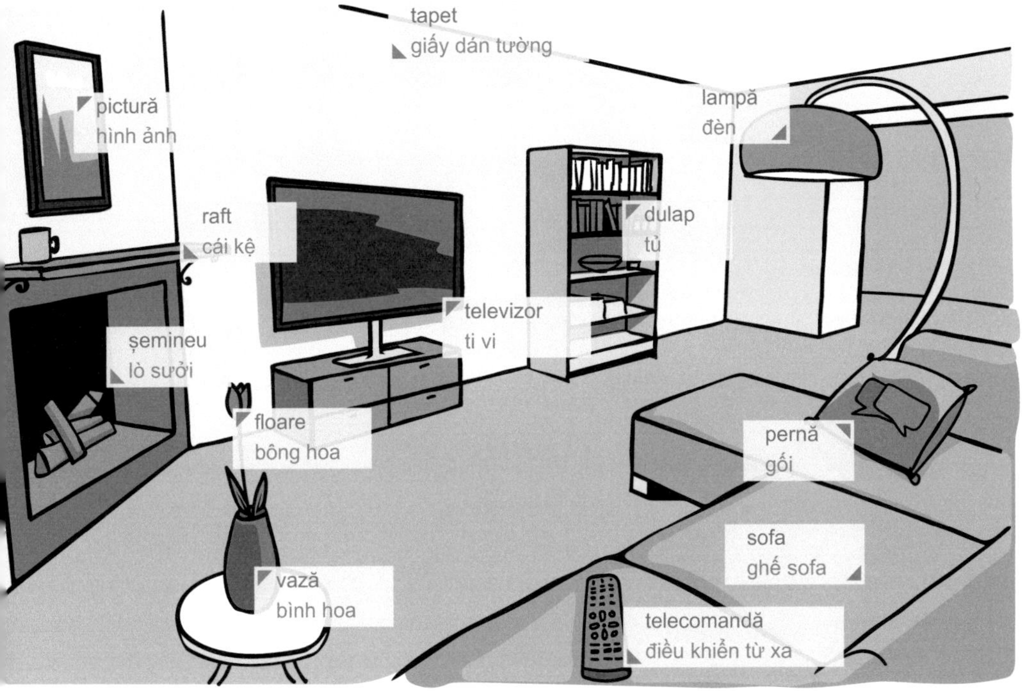

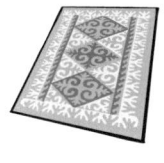

covor

thảm

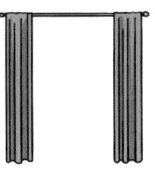

perdea

rèm

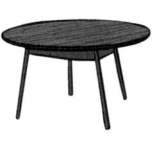

masă

cái bàn

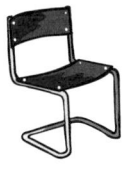

scaun

ghế

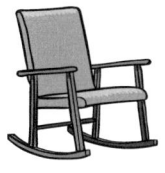

balansoar

ghế bập bênh

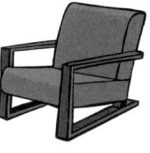

fotoliu

ghế bành

carte

sách

pătură

cái chăn

decoraţiune

đồ trang trí

lemn de foc

củi

film

phim

instalaţie stereo

máy hi-fi

cheie

chìa khóa

ziar

báo

desen

bức tranh

poster

áp phích

radio

radio

caiet de notiţe

sổ ghi chép

aspirator

máy hút bụi

cactus

cây xương rồng

lumânare

cây nến

bucătărie
bếp

frigider
tủ lạnh
cuptor cu microunde
lò viba
cântar de bucătărie
cái cân trong bếp
prăjitor de pâine
máy nướng bánh
detergent
chất tẩy rửa
cuptor
lò nướng
răcitor
ngăn tủ đông lạnh
coș de gunoi
thùng rác
mașină de spălat vase
máy rửa bát

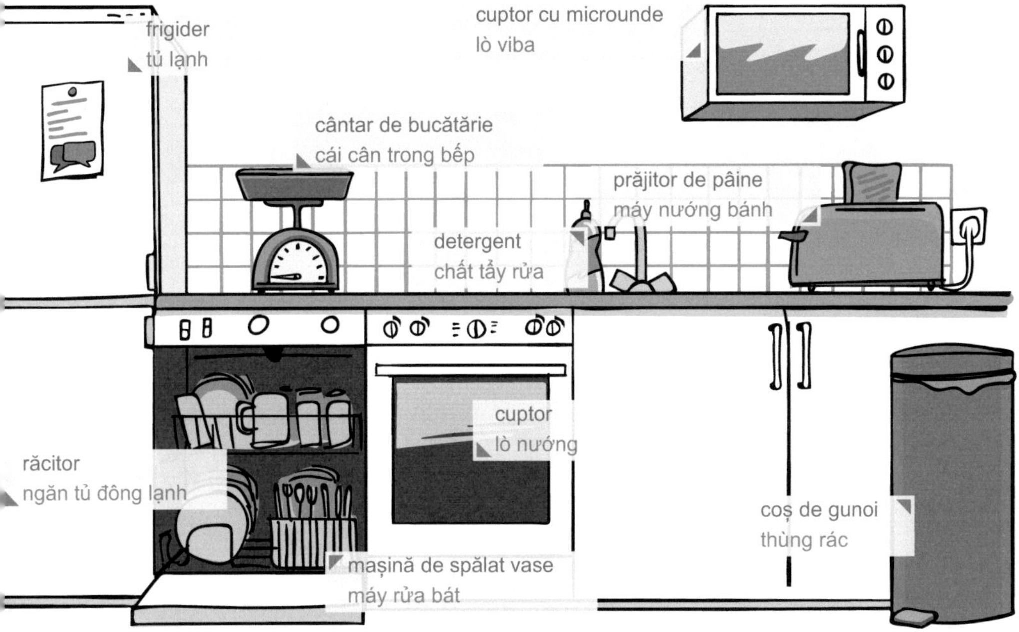

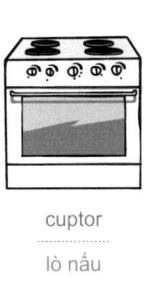

cuptor
lò nấu

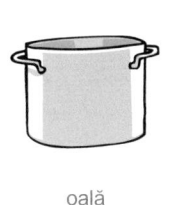

oală
nồi

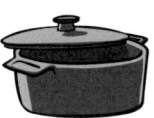

oală de metal
nồi sắt

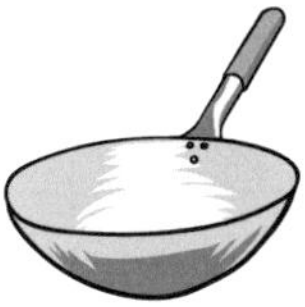

wok/kadai
chảo

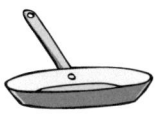

tigaie
chảo

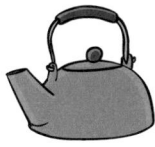

ceainic
ấm đun nước

oală de gătit cu aburi

nồi đun hơi

tavă de copt

khay lò nướng

veselă

bát đĩa

pahar

cốc

bol

cái bát

beţişoare

đũa

polonic

cái vá

spatulă

bàn xẻng

tel

que đánh kem

sitä

rây dùng trong bếp

sitä

cái rây lọc

răzătoare

cái nạo

mojar

vữa

grătar

vì nướng

loc pentru grătar

ngọn lửa trần

tocător

cái thớt

sucitor

trục cán bột

tirbușon

cái mở nút chai

conservă

vỏ đồ hộp

deschizător de conserve

cái mở vỏ đồ hộp

șervete termice

miếng nhấc nồi

chiuvetă

bồn rửa bát

perie

bàn chải

burete

miếng xốp

mixer

máy xay

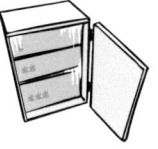

ladă frigorifică

tủ đông lạnh

biberon

bình sữa cho trẻ sơ sinh

robinet

vòi nước

baie

phòng tắm

încălzire
lò sưởi
duș
vòi hoa sen
prosop
khăn lau
perdea de duș
rèm che ngăn tắm
baie cu spumă
tắm bọt
cadă
bồn tắm
pahar
cốc thủy tinh
mașină de spălat
máy giặt
robinet
vòi nước
gresie
gạch lát
oală de noapte
cái bô
chiuvetă
bồn rửa bát

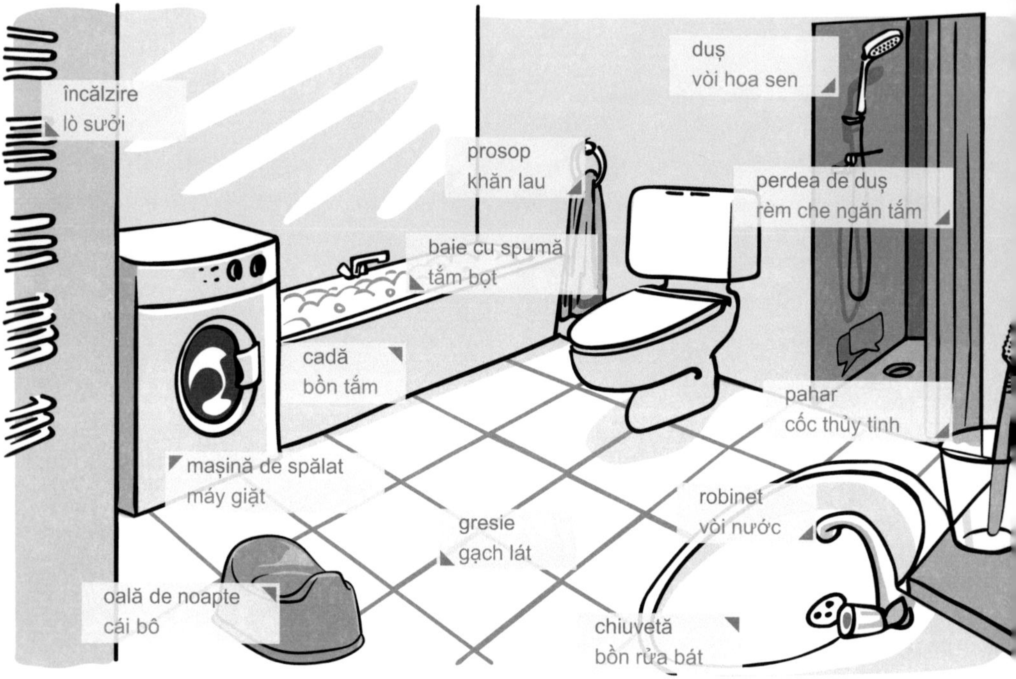

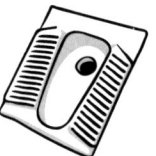

toaletă

bồn cầu

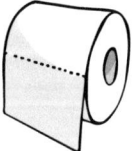

toaletă turcescă

bồn cầu ngồi xổm

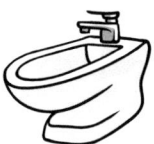

bideu

bồn rửa hậu môn

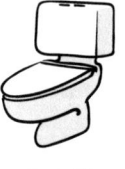

pisoir

bồn tiểu tiện

hârtie igienică

giấy vệ sinh

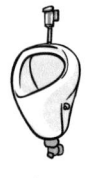

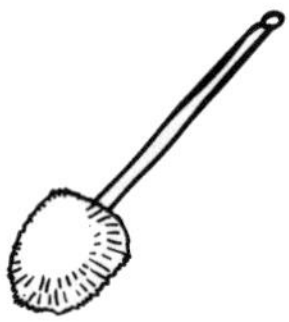

perie de toaletă

bàn chải cọ bồn cầu

periuță de dinți

bàn chải đánh răng

pastă de dinți

kem đánh răng

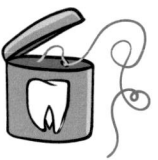

ață dentară

chỉ nha khoa

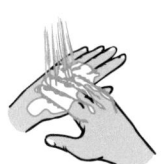

a spăla

rửa

cap de duș

vòi sen cầm tay

duș intim

vòi rửa hậu môn

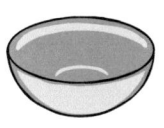

lavoar

bồn rửa

perie pentru spate

bàn chải cọ lưng

săpun

xà phòng

gel de duș

sữa tắm

șampon

dầu gội

cârpă de spălat

khăn cọ để tắm

scurgere

lỗ thoát nước

cremă

kem

deodorant

chất khử mùi

oglindă

gương

oglindă cosmetică

gương tay

aparat de ras

dao cạo râu

spumă de ras

kem cạo râu

aftershave

nước thơm dùng sau khi
cạo râu

pieptene

cái lược

perie

bàn chải

uscător de păr

máy sấy tóc

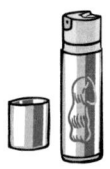

fixator

keo xịt tóc

machiaj

đồ trang điểm

ruj

thỏi son môi

lac de unghii

sơn bôi móng

vată

bông

foarfece de unghii

kéo cắt móng

parfum

nước hoa

neseser

túi đựng đồ tắm

taburet

ghế đẩu

cântar

cái cân

halat de baie

áo choàng tắm

mănuși de cauciuc

găng tay làm vệ sinh

tampon

nút gạc

tampon

băng vệ sinh

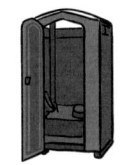

toaletă chimică

nhà vệ sinh hóa chất

camera copiilor
phòng trẻ em

ceas deșteptător
đồng hồ báo thức
jucărie de pluș
thú bông
mașină de jucărie
xe đồ chơi
morișcă
cái lúc lắc
casă de păpuși
nhà búp bê
cadou
món quà

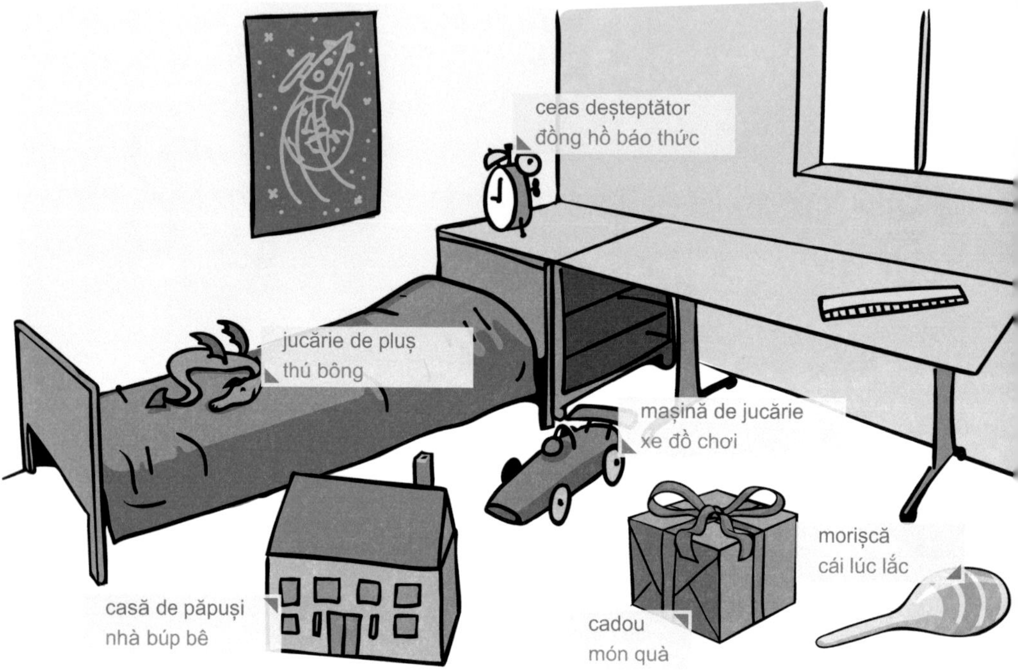

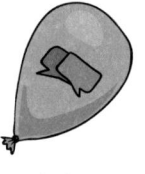

balon
bong bóng

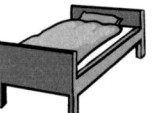

pat
giường

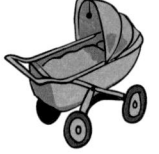

cărucior de copii
xe nôi

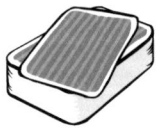

joc de cărți
trò chơi bài

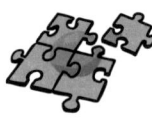

puzzle
trò chơi ghép hình

SUPER MEGA
revistă de benzi desenate
truyện tranh

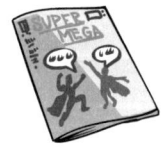

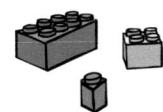

cuburi lego

gạch Lego

piese pentru construcții

khối xếp hình

personaj din filmele de acțiune

nhân vật hành động

body

o liền quần cho trẻ sơ sinh

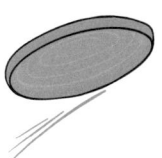

frisbee

đĩa nhựa để ném

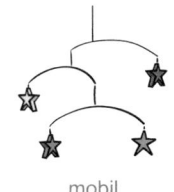

mobil

đồ chơi treo trên giường

joc de societate

trò chơi cờ bàn

zar

xúc xắc

set trenuleț de jucărie

đồ chơi xe lửa mô hình

suzetă

ti giả

petrecere

buổi tiệc

carte cu poze

sách tranh

minge

quả bóng

păpușă

búp bê

a se juca

chơi

groapă de nisip

hố cát

leagăn

cái đu

jucării

đồ chơi

consolă video

máy chơi game cầm tay

tricicletă

xe ba bánh

ursuleț

gấu bông

dulap

tủ quần áo

îmbrăcăminte
y phục

șosete

bít tất

ciorapi

bít tất dài

dres

quần tất

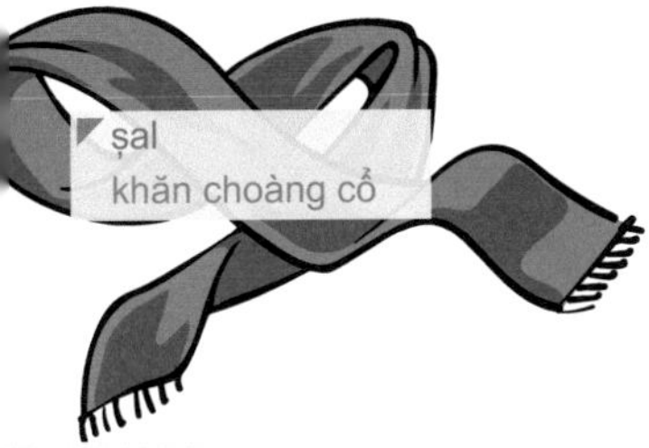

şal
khăn choàng cổ

umbrelă
ô che mưa

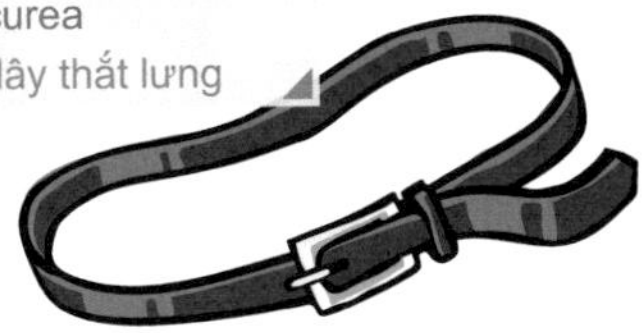

curea
dây thắt lưng

tricou
áp phông

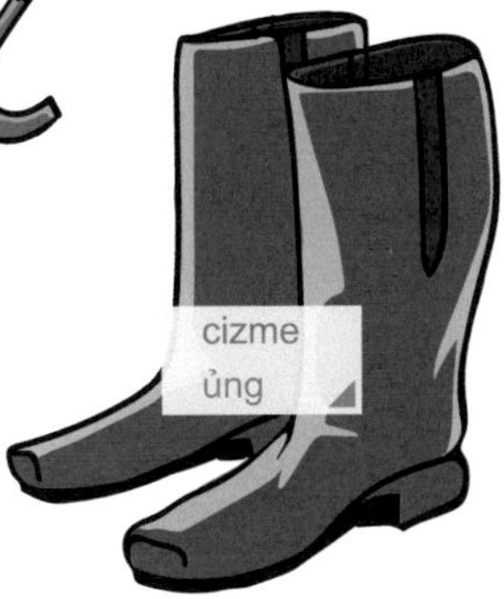

cizme
ủng

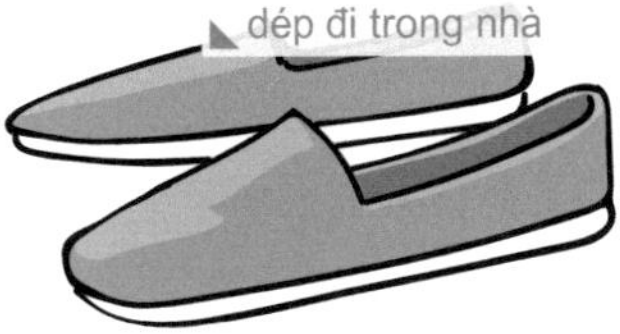

papuci
dép đi trong nhà

pantofi sport
giày sneaker

sandale

dép xăng đan

încălțăminte

giày

cizme de cauciuc

ủng cao su

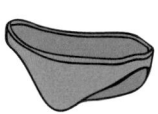
chilot

quần lót

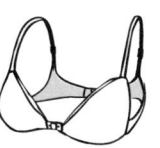
sutien

áo ngực

maiou

áo vest

body

áo ôm sát cơ thể

pantaloni

quần dài

blugi

quần bò

fustă

váy

bluză

áo cánh

cămaşă

áo sơ mi

pulover

áo len chui đầu

jerseu

áo len

sacou

áo blazer

jachetă

áo jacket

palton

áo khoác

pelerină de ploaie

áo mưa

costum

trang phục

rochie

áo váy

rochie de mireasă

áo cưới

costum

bộ com lê

cămaşă de noapte

áo ngủ

pijama

pijama

sari

trang phục sari

batic

khăn trùm đầu

turban

khăn đội đầu

burka

áo burka

caftan

áo captan

abaya

áo aba

costum de baie

quần áo bơi

şort

quần bơi

pantaloni scurţi

quần đùi

trening

quần áo tracksuit

şorţ

tạp dề

mănuşi

găng tay

nasture

cái cúc

ochelari

kính mắt

brăţară

vòng đeo tay

lanţ

vòng cổ

inel

nhẫn

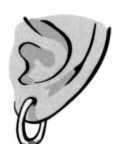

cercel

hoa tai

căciulă

mũ lưỡi trai

umeraş

cái mắc treo áo quần

pălărie

mũ

cravată

cà vạt

fermoar

dây kéo phéc mơ tuya

cască

mũ bảo hiểm

bretele

dây đeo quần

uniformă şcolară

đồng phục học sinh

uniformă

đồng phục

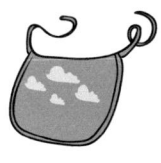

baveţică

yếm trẻ em

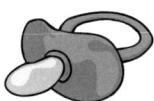

suzetă

ti giả

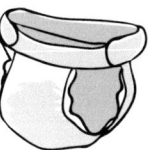

scutec

tã lót

birou

văn phòng

server
máy chủ
dulap de acte
tủ hồ sơ
imprimantă
máy in
hârtie
giấy
monitor
màn hình
mouse
chuột máy tính
masă de birou
bàn làm việc
fişier
thư mục
tastatură
bàn phím
scaun
ghế
coş de gunoi
thùng rác giấy
computer
máy tính

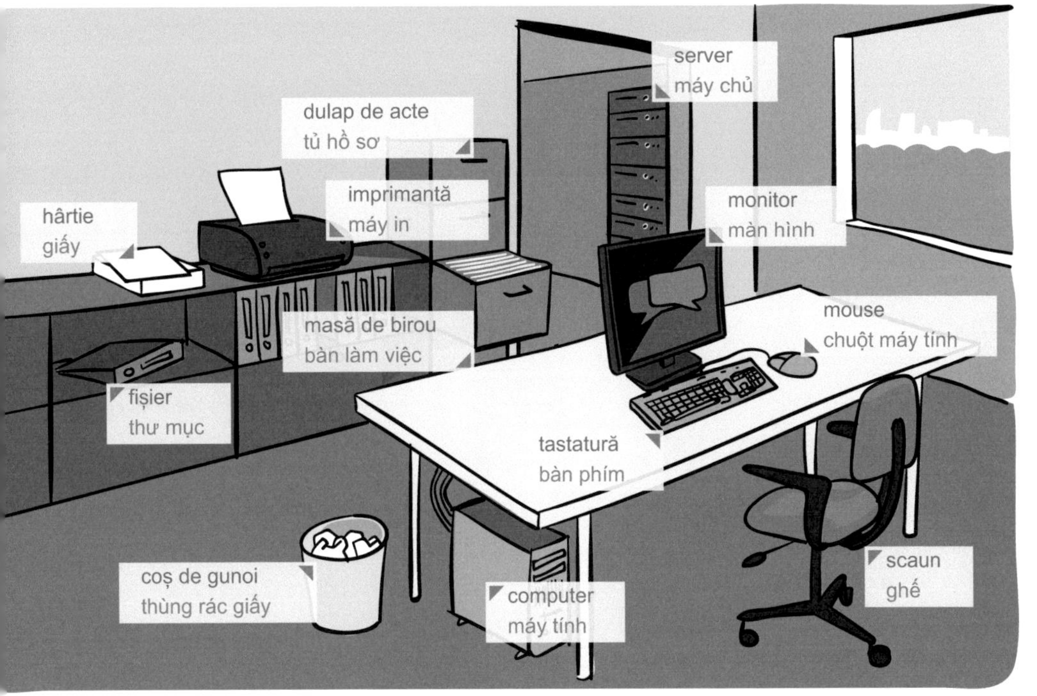

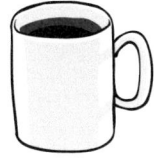

ceaşcă de cafea

cốc cà phê

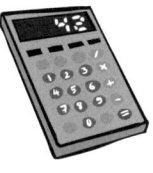

calculator

máy tính bỏ túi

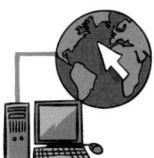

internet

internet

laptop

laptop

scrisoare

thư

mesaj

tin nhắn

telefon mobil

điện thoại di động

rețea

mạng

copiator

máy photocopy

software

phần mềm

telefon

điện thoại

priză

ổ cắm điện

fax

máy fax

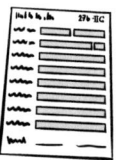

formular

mẫu đơn

document

chứng từ

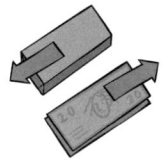

a cumpăra

mua

a plăti

trả tiền

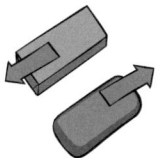

a face comerţ

buôn bán

bani

tiền

Dolar

đô la

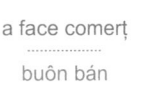

Euro

Euro

JPY

Yen

yên

RUB

Rublä

rúp

CHF

Franc Elveţian

franc Thụy Sĩ

CNY

renminbi yuan

nhân dân tệ

INR

Rupie

rupi

bancomat

máy rút tiền tự động

casă de schimb valutar

quầy đổi tiền

aur

vàng

argint

bạc

petrol

dầu

energie

năng lượng

preț

giá tiền

contract

hợp đồng

impozit

thuế

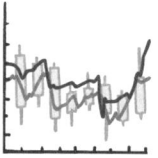

acțiune

cổ phiếu

a munci

làm việc

angajat

nhân viên

angajator

chủ lao động

fabrică

nhà máy

magazin

cửa hiệu

ocupații
nghề nghiệp

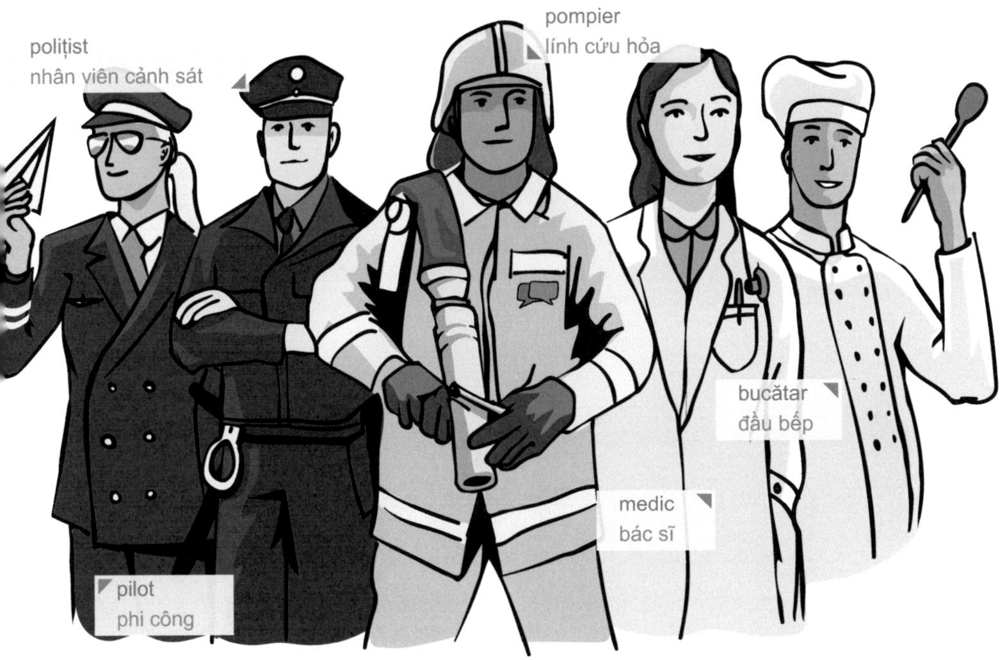
pompier
lính cứu hỏa
polițist
nhân viên cảnh sát
bucătar
đầu bếp
medic
bác sĩ
pilot
phi công

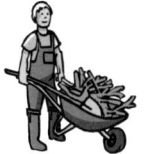

grădinar

người làm vườn

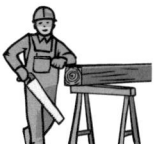

tâmplar

thợ mộc

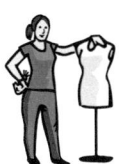

cusătoreasă

thợ may

judecător

chánh án

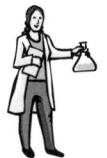

chimist

nhà hóa học

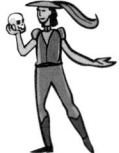

actor

diễn viên

șofer de autobuz

tài xế xe buýt

șofer de taxi

người lái taxi

pescar

ngư dân

femeie de serviciu

người lau dọn vệ sinh

tinichigiu

thợ lợp mái nhà

chelnăr

bồi bàn

vânător

thợ săn

pictor

họa sĩ

brutar

thợ làm bánh

electrician

thợ điện

muncitor în construcții

thợ xây dựng

inginer

kỹ sư

măcelar

người hàng thịt

instalator

thợ sửa ống nước

poștaș

người đưa thư

soldat

người lính

arhitect

kiến trúc sư

casier

nhân viên thu ngân

florar

người bán hoa

frizer

thợ cắt tóc

controlor

nhân viên soát vé

mecanic

thợ cơ khí

căpitan

thuyền trưởng

stomatolog

nha sĩ

om de știință

nhà khoa học

rabin

giáo sĩ Do thái

imam

lãnh tụ Hồi giáo

călugăr

nhà sư

preot

mục sư

instrumente

dụng cụ

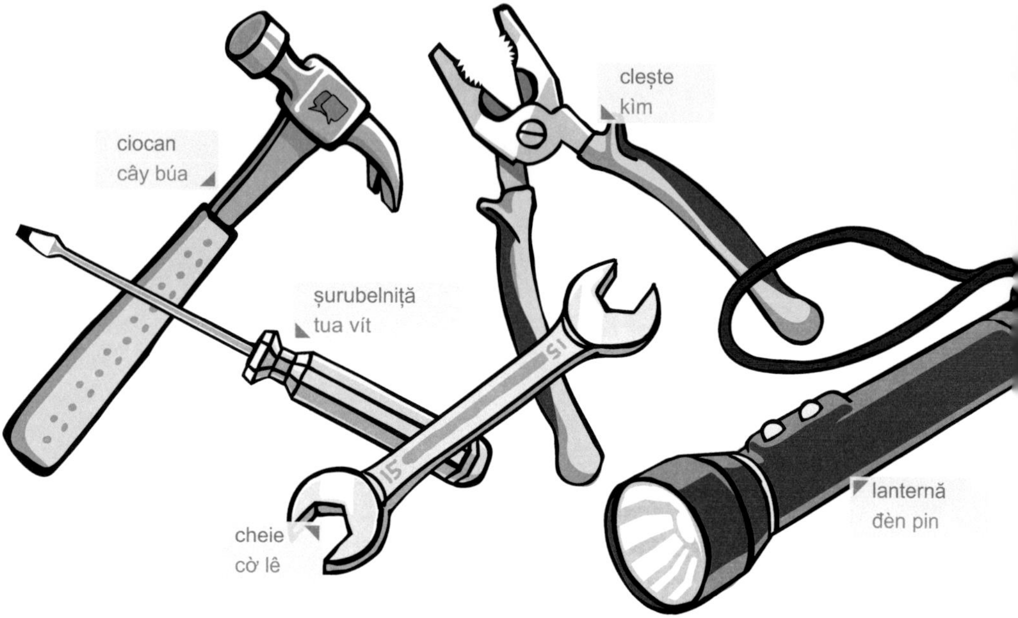
ciocan
cây búa
clește
kìm
șurubelnița
tua vít
cheie
cờ lê
lanternă
đèn pin

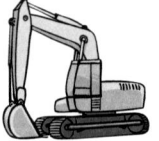

excavator

máy xúc đất

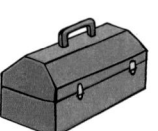

cutie de scule

hộp dụng cụ

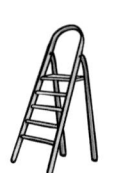

scară

cái thang

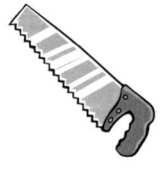

ferăstrău

cưa

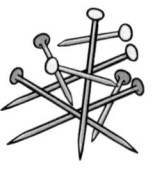

cuie

đinh

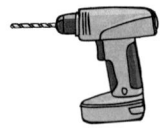

burghiu

máy khoan

a repara

sửa chữa

lopată

cái xẻng

La naiba!

khốn nạn!

făraș

cái hót rác

vas pentru vopsea

thùng sơn

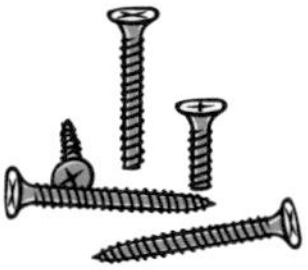

șuruburi

vít

instrumente muzicale
nhạc cụ

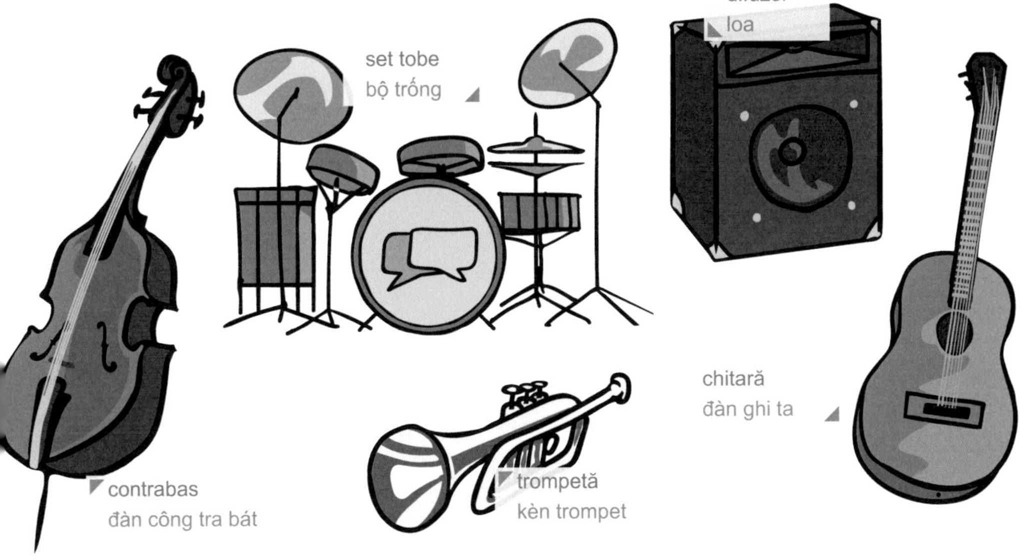

difuzor
loa

set tobe
bộ trống

chitară
đàn ghi ta

contrabas
đàn công tra bát

trompetă
kèn trompet

pian

đàn piano

vioară

đàn vĩ cầm

bas

ghi ta bass

trombon

trống định âm

tobă

trống

keyboard

đàn organ

saxofon

kèn Saxophone

fluier

sáo

microfon

micro

grădină zoologică

vườn bách thú

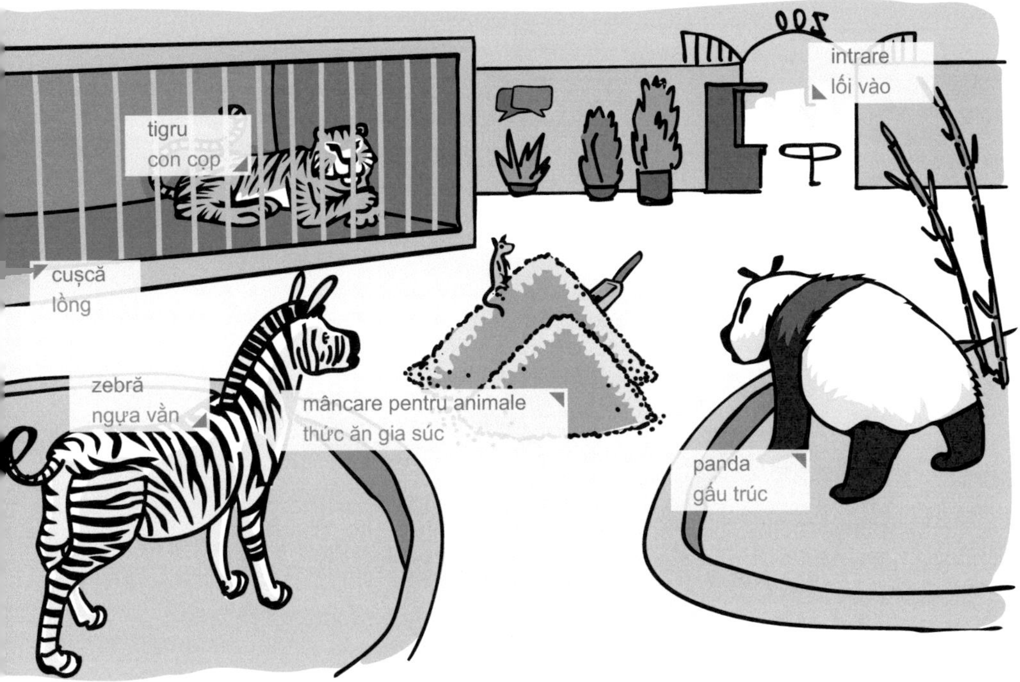
tigru
con cọp
intrare
lối vào
cușcă
lồng
zebră
ngựa vằn
mâncare pentru animale
thức ăn gia súc
panda
gấu trúc

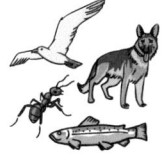

animale
- - -
động vật

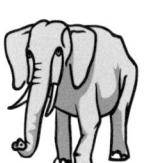

elefant
- - -
con voi

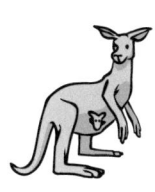

cangur
- - -
chuột túi

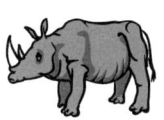

rinocer
- - -
tê giác

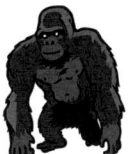

gorilă
- - -
khỉ đột

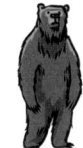

urs
- - -
con gấu

cămilă

lạc đà

struț

đà điểu

leu

sư tử

maimuță

con khỉ

flamingo

hồng hạc

papagal

con vẹt

urs polar

gấu bắc cực

pinguin

chim cánh cụt

rechin

cá mập

păun

con công

șarpe

con rắn

crocodil

cá sấu

îngrijitor grădina zoologică

người trông giữ vườn bách thú

focă

hải cẩu

jaguar

báo đốm

ponei

ngựa lùn

leopard

con báo

hipopotam

hà mã

girafă

hươu cao cổ

acvilă

đại bàng

porc mistreț

heo rừng

pește

cá

broască țestoasă

con rùa

morsă

hải mã

vulpe

con cáo

gazelă

linh dương

fotbal american
bóng bầu dục Mỹ

ciclism
đua xe đạp

tenis
quần vợt

basketball
bóng rổ

înot
bơi

box
đấm bốc

hockey pe gheață
khúc côn cầu trên băng

fotbal
bóng đá

badminton
cầu lông

atletism
điền kinh

handbal
bóng ném

schi
trượt tuyết

polo
polo

62

a sări
nhảy

a îmbrățișa
ôm

a râde
cười

a merge
đi bộ

a cânta
ca hát

a visa
mơ

a se ruga
cầu nguyện

a săruta
hôn

a scrie
viết

a desena
vẽ

a arăta
chỉ trỏ

a împinge
đẩy

a da
cho

a lua
lấy đi

a avea

có

a face

làm

a fi

thì / là

a sta în picioare

đứng

a fugi

chạy

a trage

kéo

a arunca

ném

a cădea

rơi

a sta întins

nằm

a aștepta

chờ đợi

a purta

mang vác

a ședea

ngồi

a se îmbrăca

mặc quần áo

a dormi

ngủ

a se trezi

thức dậy

a privi

xem

a plânge

khóc

a mângâia

vuốt ve

a se pieptăna

chải

a vorbi

nói chuyện

a înțelege

hiểu

a întreba

câu hỏi

a asculta

nghe

a bea

uống

a mânca

ăn

a face ordine

dọn dẹp

a iubi

yêu

a găti

nấu nướng

a conduce

lái xe

a zbura

bay

activități - các hoạt động

a naviga

đi thuyền buồm

a calcula

tính toán

a citi

đọc

a învăța

học

a munci

làm việc

a se căsători

cưới

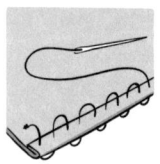

a coase

khâu vá

a se spăla pe dinți

đánh răng

a ucide

giết

a fuma

hút thuốc

a trimite

gửi đi

familie
gia đình

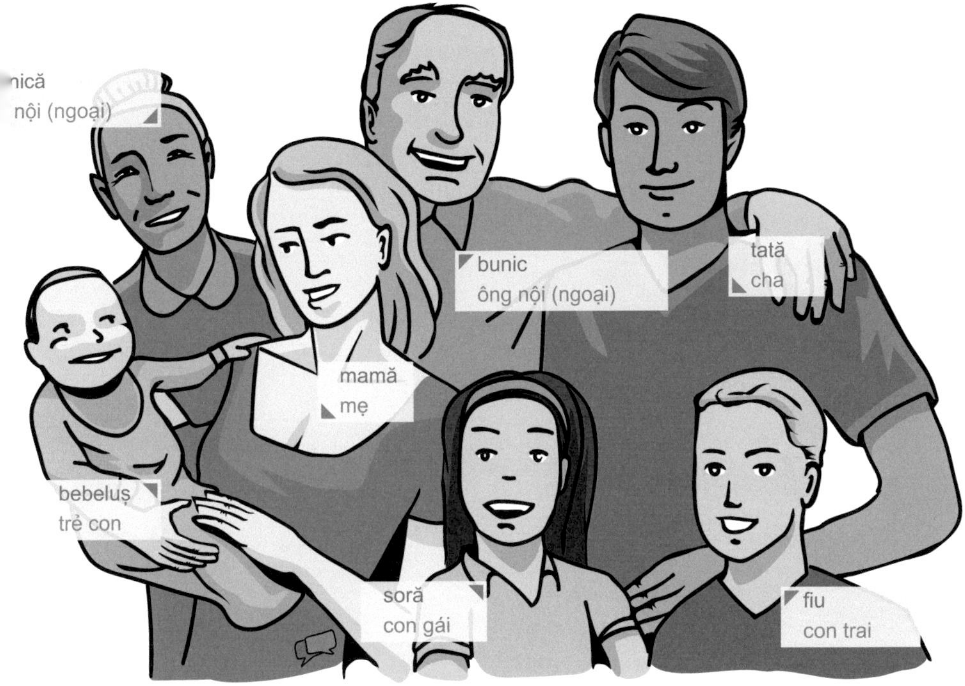

nică
nội (ngoại)
bunic
ông nội (ngoại)
tată
cha
mamă
mẹ
bebeluș
trẻ con
soră
con gái
fiu
con trai

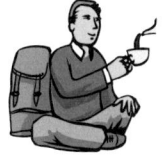

oaspete

khách

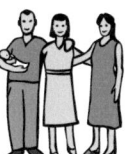

mătușă

cô (dì)

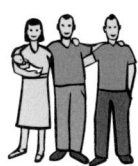

unchi

chú, bác (cậu)

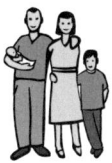

frate

anh (em) trai

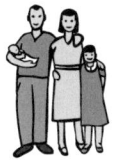

soră

chị (em) gái

corp

cơ thể

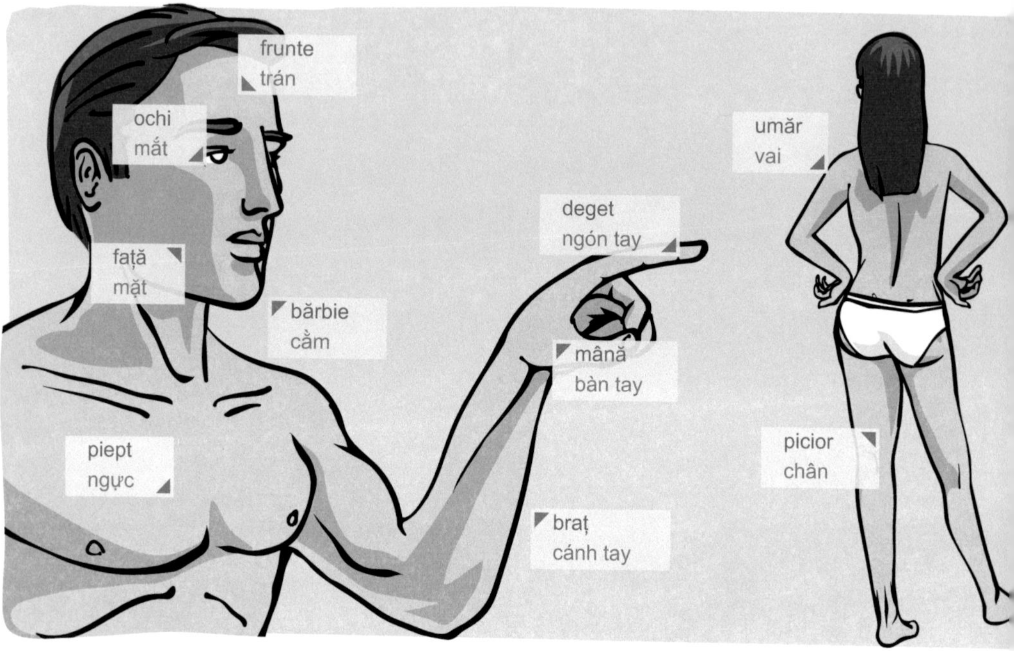

frunte
trán
ochi
mắt
umăr
vai
deget
ngón tay
față
mặt
bărbie
cằm
mână
bàn tay
piept
ngực
picior
chân
braț
cánh tay

bebeluș

trẻ con

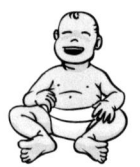

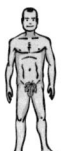

bărbat

đàn ông

femeie

phụ nữ

fată

bé gái

băiat

bé trai

cap

đầu

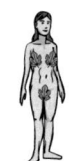

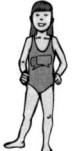

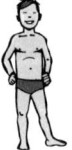

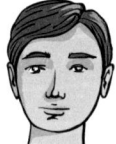

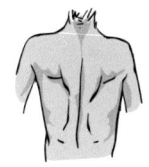

spate

lưng

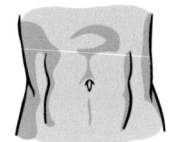

abdomen

bụng

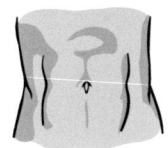

ombilic

rốn

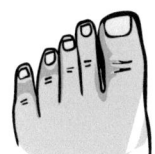

deget de la picior

ngón chân

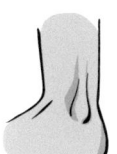

călcâi

gót chân

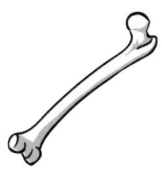

os

xương

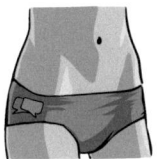

șold

hông

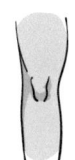

genunchi

đầu gối

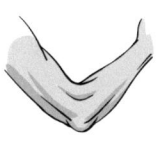

cot

khuỷu tay

nas

mũi

fund

mông

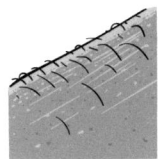

piele

da

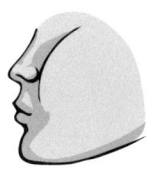

obraz

má

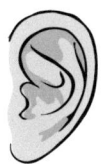

ureche

tai

buză

môi

gură
....
miệng

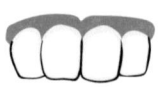

dinte
....
răng

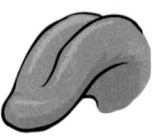

limbă
....
lưỡi

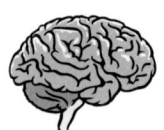

creier
....
não

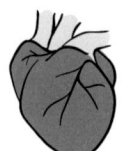

inimă
....
tim

mușchi
....
cơ bắp

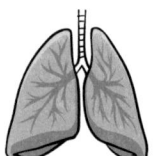

plămân
....
phổi

ficat
....
gan

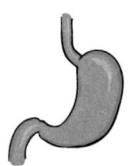

stomac
....
dạ dày

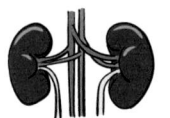

rinichi
....
thận

sex
....
giao hợp

prezervativ
....
bao cao su

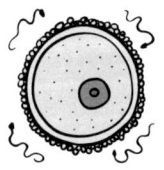

ovul
....
noãn

spermă
....
tinh dịch

sarcină
....
mang thai

corp - cơ thể

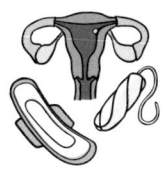

menstruație

kinh nguyệt

vagin

âm vật

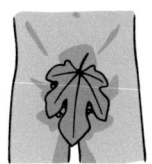

penis

dương vật

sprânceană

lông mày

păr

tóc

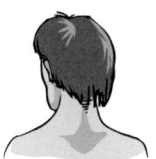

gât

cổ

spital
bệnh viện

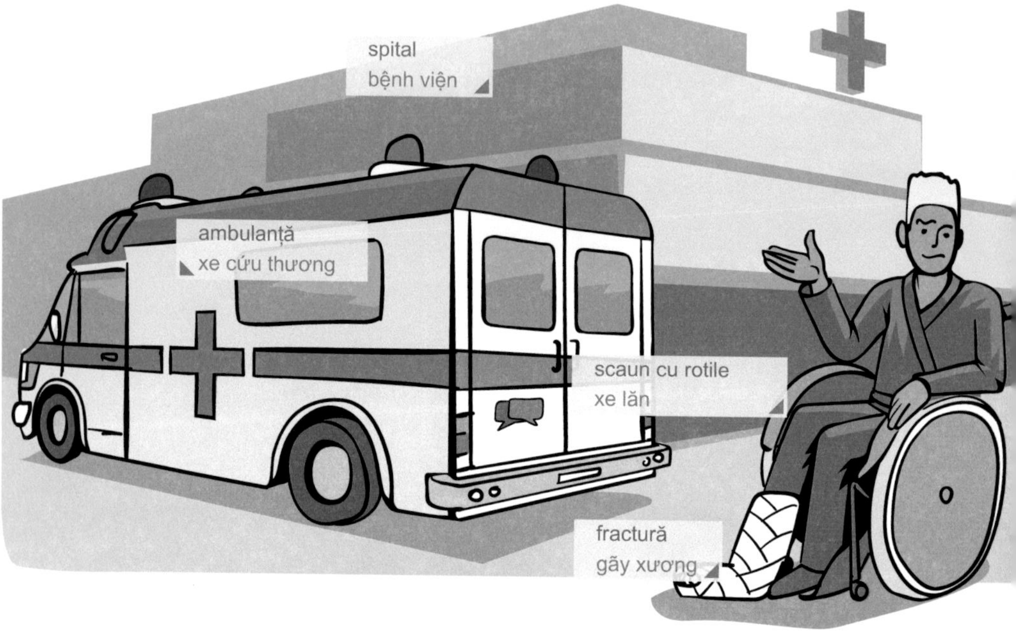

spital
bệnh viện
ambulanță
xe cứu thương
scaun cu rotile
xe lăn
fractură
gãy xương

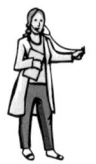

medic

bác sĩ

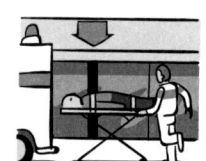

unitate de primiri urgențe

phòng cấp cứu

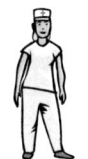

soră medicală

y tá

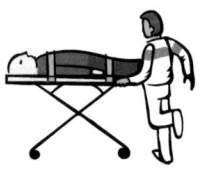

urgență

cấp cứu

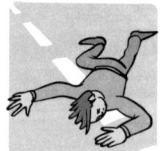

inconștient

bất tỉnh

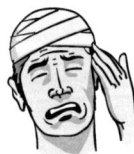

durere

cơn đau

leziune

bị thương

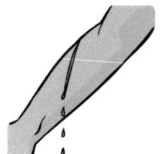

sângerare

chảy máu

infarct miocardic

nhồi máu cơ tim

atac cerebral

đột quỵ

alergie

dị ứng

tuse

ho

febră

sốt

gripă

cúm

diaree

tiêu chảy

durere de cap

đau đầu

cancer

ung thư

diabet

bệnh tiểu đường

chirurg

bác sĩ phẫu thuật

scalpel

dao mổ

operație

giải phẫu

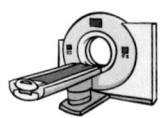

CT

chụp cắt lớp

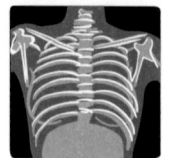

raze Röntgen

chụp x-quang

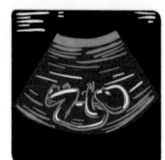

ultrasunet

siêu âm

mască

mặt nạ

boală

bệnh

sală de așteptare

phòng đợi

cârjă

cái nạng

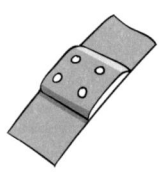

plasture

băng dán vết thương

bandaj

băng bó

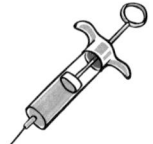

injecție

tiêm thuốc

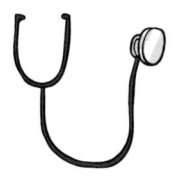

stetoscop

ống nghe khám bệnh

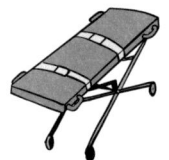

targă

băng ca

termometru

nhiệt kế

naștere

sinh đẻ

supraponderabilitate

thừa cân

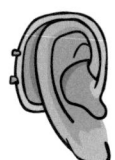

aparat auditiv

máy trợ thính

dezinfectant

chất khử trùng

infecție

nhiễm trùng

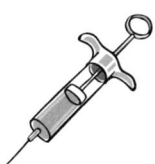

virus

vi rút

HIV/SIDA

HIV / AIDS

medicină

thuốc

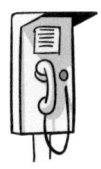

vaccin

tiêm chủng

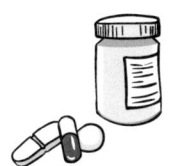

tablete

thuốc viên

pastilă

viên thuốc

apel de urgență

gọi cấp cứu

aparat de măsurare a
presiunii arteriale

máy đo huyết áp

bolnav/sănătos

bệnh / khỏe mạnh

Ajutor!

cứu!

alarmă

báo động

agresiune

cuộc đột kích

atac

sự tấn công

pericol

mối nguy hiểm

ieşire de urgenţă

lối thoát hiểm

Foc!

cháy!

extinctor

bình chữa cháy

accident

tai nạn

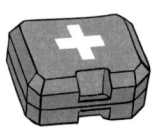

trusă de prim-ajutor

bộ dụng cụ sơ cứu

SOS

SOS

poliţie

cảnh sát

Europa

châu Âu

America de Nord

Bắc Mỹ

America de Sud

Nam Mỹ

Africa

châu Phi

Asia

châu Á

Australia

châu Úc

Altantic

Đại Tây Dương

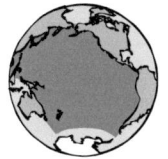

Pacific

Thái Bình Dương

Oceanul Indian

Ấn Độ Dương

Oceanul Antarctic

Nam Cực Dương

Oceanul Arctic

Bắc Băng Dương

Polul Nord

bắc cực

Polul Sud

nam cực

Antarctica

nam cực

pământ

trái đất

țară

đất liền

mare

biển

insulă

đảo

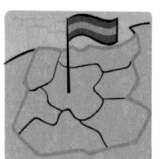

națiune

quốc gia

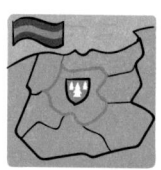

stat

nhà nước

cadran

mặt đồng hồ

orar

kim chỉ giờ

minutar

kim chỉ phút

secundar

kim chỉ giây

Cât e ceasul?

Bây giờ là mấy giờ?

zi

ngày

timp

thời gian

acum

bây giờ

cead digital

đồng hồ điện tử

minut

phút

oră

giờ

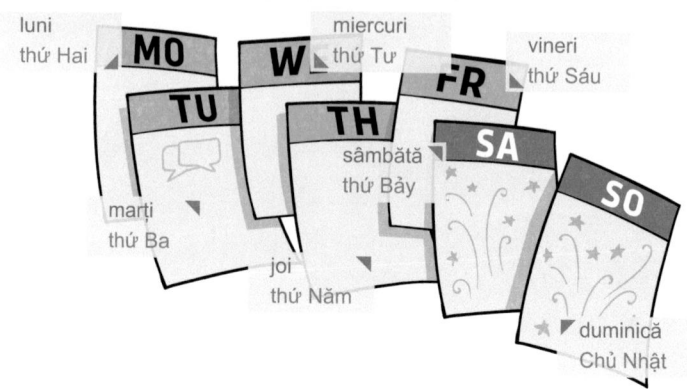

luni
thứ Hai

miercuri
thứ Tư

vineri
thứ Sáu

marţi
thứ Ba

sâmbătă
thứ Bảy

joi
thứ Năm

duminică
Chủ Nhật

ieri

hôm qua

azi

hôm nay

mâine

ngày mai

dimineaţă

buổi sáng

amiază

buổi trưa

seară

buổi tối

zile lucrătoare

ngày làm việc

week-end

cuối tuần

curcubeu
cầu vồng

ploaie
mưa

vânt
gió

zăpadă
tuyết

primăvară
mùa xuân

toamnă
mùa thu

vară
mùa hè

iarnă
mùa đông

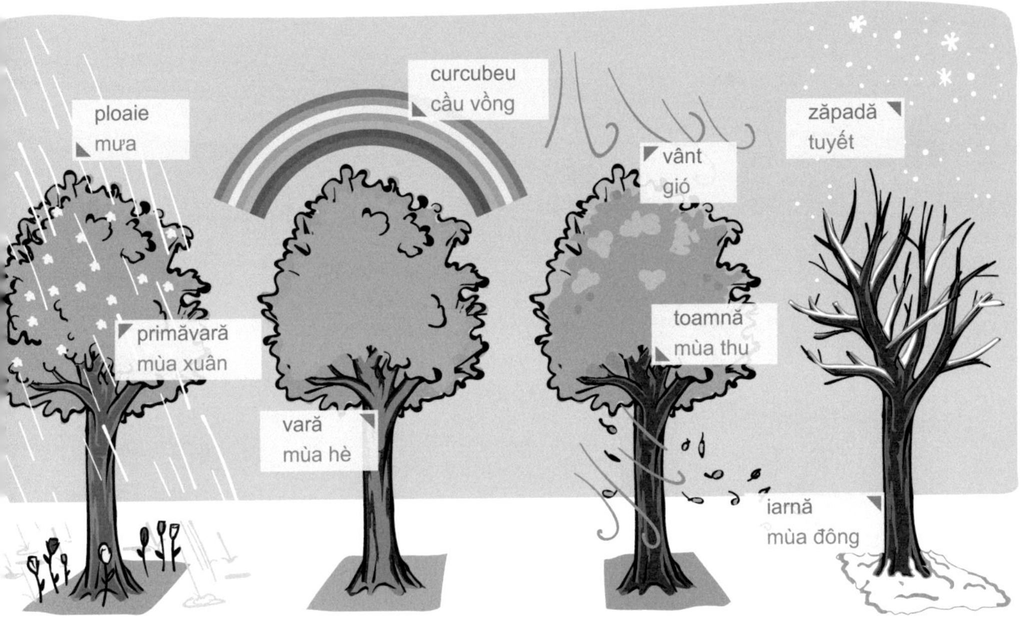

prognoză meteo

dự báo thời tiết

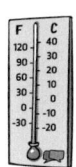

termometru

nhiệt kế

lumina soarelui

ánh nắng

nor

mây

ceață

sương mù

umiditate a aerului

độ ẩm không khí

fulger

tia chớp

tunet

sấm sét

furtună

cơn bão

grindină

mưa đá

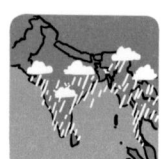

muson

gió mùa

inundaţie

lũ lụt

gheaţă

nước đá

ianuarie

tháng Một

februarie

tháng Hai

martie

tháng Ba

aprilie

tháng Tư

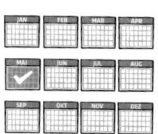

mai

tháng Năm

iunie

tháng Sáu

iulie

tháng Bảy

august

tháng Tám

septembrie
....
tháng Chín

octombrie
....
tháng Mười

noiembrie
....
tháng Mười Một

decembrie
....
tháng Mười Hai

forme
hình dạng

cerc
....
hình tròn

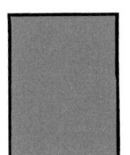

pătrat
....
hình vuông

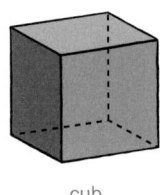

dreptunghi
....
hình chữ nhật

triunghi
....
hình tam giác

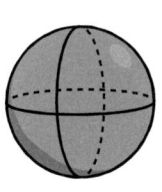

sferă
....
hình cầu

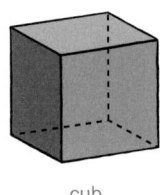

cub
....
khối vuông

alb
....
màu trắng

galben
....
màu vàng

portocaliu
....
màu cam

roz
....
màu hồng

roșu
....
màu đỏ

violet
....
màu tím

albastru
....
màu xanh dương

verde
....
màu xanh lá cây

maro
....
màu nâu

gri
....
màu xám

negru
....
màu đen

mult/puțin

nhiều / ít

furios/calm

tức tối / điềm tĩnh

frumos/urât

xinh đẹp / xấu xí

început/sfârșit

bắt đầu / kết thúc

mare/mic

to / nhỏ

luminos/întunecat

sáng / tối

frate/soră

anh (em) trai / chị (em) gái

curat/murdar

sạch / bẩn

complet/incomplet

đủ / thiếu

zi/noapte

ngày / đêm

mort/viu

chết / sống

lat/strâmt

rộng / chật hẹp

comestibil/necomestibil

ăn được / không ăn được

rău/prietenos

ác / tử tế

emoționat/plictisit

hào hứng / chán nản

gras/slab

béo / gầy

primul/ultimul

đầu tiên / cuối cùng

prieten/inamic

bạn / thù

plin/gol

đầy / rỗng

tare/moale

cứng / mềm

greu/ușor

nặng / nhẹ

foame/sete

đói / khát

bolnav/sănătos

bệnh / khỏe mạnh

ilegal/legal

bất hợp pháp / hợp pháp

inteligent/stupid

thông minh / ngu

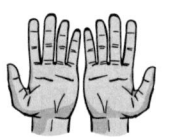

stânga/drepta

trái / phải

aproape/departe

gần / xa

antonime - đối lập

nou/uzat

mới / cũ

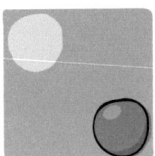

nimic/ceva

không có gì cả / có cái gì đó

bătrân/tânăr

già / trẻ

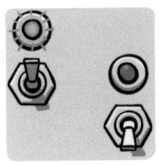

pornit/oprit

bật / tắt

deschis/închis

mở / đóng

încet/tare

im lặng / ồn ào

bogat/sărac

giàu / nghèo

corect/fals

đúng / sai

aspru/neted

sần sùi / mịn màng

trist/fericit

buồn / vui

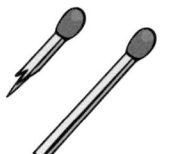

lung/scurt

ngắn / dài

încet/repede

chậm / nhanh

ud/uscat

ẩm ướt / khô ráo

cald/rece

ấm áp / mát mẻ

război/pace

chiến tranh / hòa bình

antonime - đối lập

0

zero

số không

1

unu

một

2

doi

hai

3

trei

ba

4

patru

bốn

5

cinci

năm

6

şase

sáu

7

şapte

bảy

8

opt

tám

9

nouă

chín

10

zece

mười

11

unsprezece

mười một

12

douăsprezece

mười hai

13

treisprezece

mười ba

14

paisprezece

mười bốn

15

cincisprezece

mười lăm

16

șaisprezece

mười sáu

17

șaptesprezece

mười bảy

18

optsprezece

mười tám

19

nouăsprezece

mười chín

20

douăzeci

hai mươi

100

o sută

một trăm

1.000

o mie

một ngàn

1.000.000

un milion

một triệu

cifre - con số

engleză

tiếng Anh

engleză americană

tiếng Anh Mỹ

chineza mandarină

tiếng Quan Thoại

hindi

tiếng Hin-di

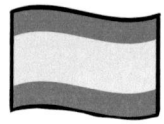

spaniolă

tiếng Tây Ban Nha

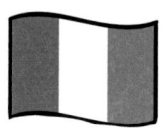

franceză

tiếng Pháp

arabă

tiếng Ả-rập

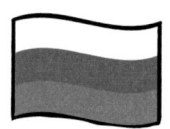

rusă

tiếng Nga

protugheză

tiếng Bồ Đào Nha

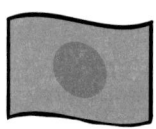

bengaleză

tiếng Bengal

germană

tiếng Đức

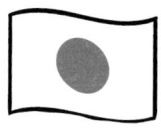

japoneză

tiếng Nhật

eu

tôi

tu

bạn

el/ea

anh ta / cô ta / nó

noi

chúng tôi

voi

các bạn

ea

họ

cine?

ai?

ce?

cái gì?

cum?

như thế nào?

unde?

ở đâu?

când?

lúc nào?

nume

tên

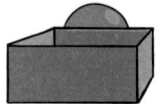

în spate

phía sau

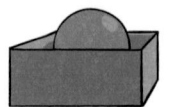

în

ở trong

înainte

phía trước

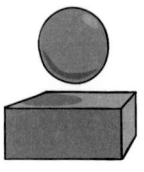

peste

phía trên

pe

ở trên

sub

ở dưới

lângă

bên cạnh

între

ở giữa

loc

chỗ